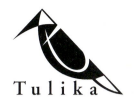

Tulika

అగుపించని అమ్మమ్మ

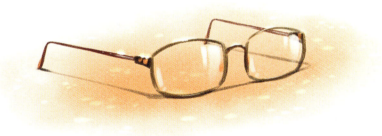

కథ చతుర రావు   బొమ్మలు కృష్ణ బాలా షెనాయ్

అనువాదం లావణ్యా శ్రీనివాస్

For Rhea Vijesh, who asked the right question — Chatura

Agupinchani Ammamma (Telugu)

ISBN 978-93-5046-818-0
© *text* Tulika Publishers
© *illustrations* Krishna Bala Shenoi
First published in India, 2016
Originally in English

All rights reserved. No part of this book may be reproduced or used in any form or by any means — graphic, electronic or mechanical — without the prior written permission of the publisher.

Published by
Tulika Publishers, 24/1 Ganapathy Colony Third Street, Teynampet, Chennai 600 018, India
email tulikabooks@vsnl.com *website* www.tulikabooks.com

Printed and bound by
Sudarsan Graphics, 27 Neelkanta Mehta Street, T. Nagar, Chennai 600 017, India

ఫిబ్రవరి నెలలో ఓ రోజు నీనా వాళ్ళ అమ్మమ్మ వెళ్ళిపోయింది. నీనా వీడ్కోలు చెప్పకుండానే.

మరుసటిరోజు కూడా అచ్చు అలాగే గడిచిపోయింది. పైన వెలుగునిండిన నీలి ఆకాశం. ఇంటి ఎదురుగుండావున్న పార్కు నించి పక్షుల కిచకిచలు.

దాగుడుమూతల ఆటలో ఎవరు దాక్కోవాలి, ఎవరు పట్టుకోవాలి అని తన స్నేహితులు ఇంకా దెబ్బలాడుకుంటూనే ఉన్నారు. నీనా కొత్త బంతిని ఆకాశంలో బాగా దూరంగా, ఎత్తుగా పైకెగరేసి అంతరిక్షంలో మనుషులు ఆడుకోవడం కోసం అలా చేసానన్నాడు మాంటీ.

నీనా మాంటీని ఇసకలోకి తోసేసింది.

ఆ రోజు కూడా ప్రతీరోజులాగే గడిచిపోయింది, వాళ్ళమ్మమ్మ తిరిగి రాలేదన్న ఒక్క సంగతి తప్ప. గాలిలో మాయమైపోయింది.

అమ్మమ్మ ఖాళీకుర్చీలో తన బొమ్మని పడుకోబెట్టి ఊపుతూ, "అమ్మా, అమ్మమ్మ ఎక్కడికెళ్ళింది?" అంటూ అడిగింది నీనా ఆ సాయంత్రం.

"నక్షత్రాల్లోకి," నీనావైపు చూడకుండానే జవాబిచ్చింది వాళ్ళమ్మ, అమ్మమ్మ బట్టల్ని మడతబెట్టి సూట్కేసులోకి సర్దుతూ.

"అమ్మమ్మ రాకెట్ కాదుగా!" అని అడిగింది నీనా, చేతిలోని గుడ్డబొమ్మని గాల్లోకి ఎగరేసి పట్టుకుంటూ. "అమ్మా! అమ్మమ్మ బాగా బరువు కదా, అంత పైకి ఆ నక్షత్రాల దగ్గిరకి ఎలా వెళ్ళగలదు? నేనే ఇంకా సులువుగా ఎగరగలను తెలుసా?"

అమ్మమ్మ పరుపుమీది దుప్పట్లు అమ్మ మారుస్తూవుంటే,
ఆ పక్కనే కూర్చుని నీనా తన డైరీలో ఇలా రాసుకుంది:

నక్షత్రాలని చేరుకోడానికి –

1. వంద గాస్ బెలూన్లని పట్టుకుని వేలాడుతూ బాగా గాలివున్న ప్రదేశానికి వెళ్ళి, బెలూన్లతో బాటు పైకెగరాలి.

2. గద్దల సాయంతో పైకి, పైపైకి, ఇంకా పైకి వెళ్ళాలి.

3. ట్రెపీజ్‌ని పట్టుకుని అటుగా వెళుతున్న ఓ రాకెట్‌ని వాటేసుకోవాలి.

కానీ అమ్మమ్మ ట్రెపీజ్ కళాకారిణి కాదే! నీనా వాళ్ళని సర్కస్‌లో ఎత్తుగా ఎగిరి, కప్పులోంచి వేగంగా దూసుకుపోయి మళ్ళీ తిరిగి రానట్టుగా ఊగడం చూసింది.

నక్షత్రాలని చేరడానికి ఇందులో ఏ ఒక్కటీ కూడా బొద్దుగావుండే తన అమ్మమ్మ చెయ్యగలదని అనిపించలేదు నీనాకి.

డైరీలో అన్నింటినీ కొట్టేసింది.

“అసలు నేనేవంటున్నానంటే... అమ్మమ్మ దేవుడి దగ్గిరకి వెళ్ళిపోయింది,” అని సర్దిచెప్పబోయింది అమ్మ.

“మన చక్కటి ఇంటిని వదిలి దేవుడింటికి వెళ్ళిపోయిందా? ఎందుకు?” అంటూ కోపంగా అడిగింది నీనా.

అమ్మమ్మ ఖాళీమంచం మీదకెక్కి పక్కమీదకూర్చుని తన చేతులతో దుప్పటిని మెల్లిగా, మెత్తగా తడిమింది. చిన్నచిన్న రంగుల పువ్వులతో, కమ్మటి టాల్కంపౌడరు సువాసనలతో ఉండేవి అమ్మమ్మ దుప్పట్లు.

ఆ పక్క మీద అలాపడుకుని
వాళ్ళమ్మమ్మ భుజాల్లోకి
దూరిపోవడం ఎంతో ఇష్టం నీనాకి.

అమ్మమ్మ మంచం పక్కనున్న చిన్న బల్లమీది ఫోటో నీనా చంటిపిల్లప్పుడు తీసినది. ఒళ్ళో చిన్నారి నీనా, ముఖంలో చెరగని చిరునవ్వుతోవున్న అమ్మమ్మ ఫోటోని చూసింది అమ్మ. స్నానం చేసాక అమ్మమ్మ రాసుకునే పెద్ద క్రీమ్ డబ్బా సహం అలాగే ఉండిపోవడంతో తనగదిలోకి పట్టుకెళదామని తీసింది అమ్మ.

కానీ నీనా అమ్మ చేతిని గట్టిగా గుంజుతూ, "అది అమ్మమ్మది! అక్కడే ఉంచు. తనకి కావాలికదా!" అంది.

ఆ డబ్బా కిందపెట్టి నీనాని దగ్గిరకి తీస్కుని గట్టిగా హత్తుకుంటూ, "అమ్మమ్మ వెళ్ళిన చోట దీని అవసరం ఉండదు. దేవుడింట్లో తన చర్మం ఎప్పుడూ మెత్తగానే ఉంటుంది," అంది అమ్మ.

"మరి దేవుడిల్లు ఎక్కడుంది?" అమ్మ మరీ గట్టిగా పట్టుకోడంతో నీనా మాటలు స్పష్టంగా వినిపించలేదు.

"ఆకాశంలో," అని జవాబిచ్చింది అమ్మ.

"కానీ అమ్మమ్మ అంత పైకి ఎలావెళ్ళగలదు? నాలుగు మెట్లెక్కితేనే తనకి ఆయాసమొస్తుందే. నేను తన చెయ్యి పట్టుకోవలసి ఒచ్చేదికదా? నేనే ఇంకా సులువుగా దేవుడిల్లు చేరుకోగలను."

అమ్మమ్మ మందుసీసాలు, ఆయింట్‌మెంట్లు అలమారలో సర్దుతోంది అమ్మ. నీనా మళ్ళీ డైరీ తీసి ఇంకో జాబితా రాసుకుంది:

దేవుడిల్లు చేరుకోడానికి చిట్కాలు —
1. విమానంలో ప్రయాణం చేసి దేవుడింటి గుమ్మంలో దిగాలి.

2. బాగా ఎత్తైన ఓ చెట్టు ఎక్కి, అక్కడనించి అటుగా తేలిపోతున్న ఓ మబ్బుమీదకి గెంతాలి.

3. కొండమీద కెక్కి సూపర్మాన్ వేషమేసుకుని దేవుడింటి కప్పుమీదకి దూకాలి.

తను ఇవన్నీ చెయ్యగలదు గానీ, తన ముసిలి అమ్మమ్మ ఇందులో ఏ ఒక్కటీ చెయ్యలేదని ఖచ్చితంగా తెలుసు నీనాకి. అందుకే వీటినికూడా కొట్టేసింది.

మధ్యాహ్నాలు నీనా, అమ్మమ్మా కలిసివినే రేడియో వయరు చుట్టేసింది అమ్మ. కానీ అది తనకి కావాలని నీనా మారాంచెయ్యడంతో చుట్టేసిన వయురు తీసి ఆరేడియోలో మళ్ళీ దూర్చింది. అమ్మమ్మకి ఎంతో ఇష్టమైన వివధ భారతి స్టేషను పెట్టుకుంది నీనా.

“అమ్మా, అమ్మా! అమ్మమ్మ ఎక్కడికెళ్ళిందో నిజంగా చెప్పవా,” అని నీనా అడగడంతో అమ్మ ఒకసారి నిట్టూర్చి, “నేను వంట చెయ్యాలి,” అంటూ అక్కడ్నించి వెళ్ళిపోయింది.

అమ్మమ్మ రేడియోతో ఒంటరిగావున్నా నీనా తన స్కిప్పింగ్ రోప్ కనిపించే సరికి దాన్ని తీసి, మెల్లిగా గెంతడం మొదలెట్టింది. తను స్కిప్పింగ్ చేస్తుంటే అమ్మమ్మ లెక్క పెట్టేది. లెక్క పెట్టడానికి ఇప్పుడు ఎవరూ లేరు.

ఖాళీమంచం, పడక్కుర్చీ, ఒంటరిగాపడున్న చెస్‌బోర్డు కేసి చూసింది నీనా. అమ్మమ్మ కళ్ళజోడు, తన వెండిపూత గడియారం ఇంకా మంచం పక్క బల్లమీద అలాగే ఉన్నాయి. అమ్మ వాటిని కూడా తప్పకుండా దాచేస్తుందని నీనాకి బాగాతెలుసు.

అమ్మమ్మ చదివి వినిపించే జీ.కే. పుస్తకం బయటికి లాగింది. ఆకాశం చాలా విశాలమైంది. అమ్మమ్మా, తనూ కలిసి అప్పుడప్పుడు అంతరిక్షాన్ని ఊహించడానికి ప్రయత్నించేవారు. ఆ పుస్తకంలో నక్షత్రాల గురించివున్న అధ్యాయాన్ని తెరిచి చూసింది.

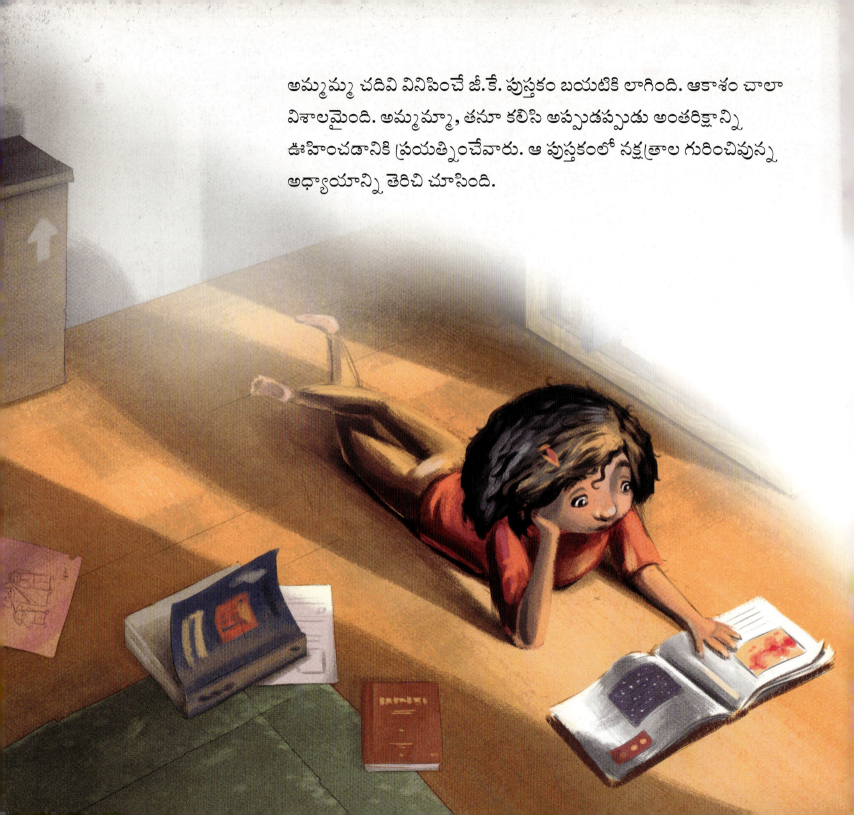

ఆ బొమ్మలని చూసేసరికి అమ్మమ్మ వాటి పేర్లు చదివి తనకి వినిపించడం జ్ఞాపకమొచ్చింది.

వంటింట్లోకి వెళ్ళి వాళ్ళమ్మతో, "మన సూర్యుడు కూడా ఒక నక్షత్రమే, తెలుసా? రాత్రి మాయమైపోతాడు," అని అంది నీనా.

"రాత్రిళ్ళు సూర్యుడు ఆకాశం నించి మాయమైనట్టు అనిపించినా భూమికి అటుపక్కన వెలుతురిస్తూ ఉంటాడు," అంది అమ్మ.

"నది, చెట్టు, కొండ, ఇంకా సముద్రం, ఇలా కనిపించకుండా వెళిపోయేవన్నీ కూడా ఎక్కడికెళతాయో, ఏమవుతాయో తెలుసా నీకు?" అని అడిగింది అమ్మ.

ఇంకా దగ్గిరగా జరిగి, ఒదిగిపోయి వాళ్ళమ్మని గట్టిగా పట్టుకుంది నీనా.

"నీరు ఆవిరై గాల్లో కలిసిపోతే నది ఎండిపోతుంది.

"చెట్టు వందల ఏళ్ళ తరవాత వాడి, ఎండి, మట్టిలో కలిసిపోతుంది. ఆ మట్టి నించే మళ్ళీ కొత్త చెట్లు పుడతాయి.

"పెద్ద పర్వతం కూడా బండరాళ్ళుగా, గులకరాళ్ళుగా, మట్టిగా, దుమ్ముగా మారి ఏనదిలోనో, గాలిలోనో కలిసిపోతుంది," అని బోధపరిచింది అమ్మ.

“బహుశా అమ్మమ్మకూడా మనం పీల్చుకునే
గాలిగా, మనకి పంటలు పండించిచ్చే మట్టిగా
మారిపోయిందేమో? ఏమో. ఎక్కడికెళ్ళిందో
తెలీదు మరి,” అంది అమ్మ మెల్లిగా.

"అసలు అమ్మమ్మ నక్షత్రాల దగ్గరికే తిరిగి వెళిపోయుంటుంది బహుశా," అంది నీనా.

"ఎలా? అమ్మమ్మ బొద్దుగావుంటుంది, ఆయాసపడుతుంది, అస్సలు మెట్లెక్కలేదు అన్నావుకదా?" అంటూ ఆశ్చర్యంగా అడిగింది అమ్మ.

రాత్రి భోజనాల దగ్గిర కంచంలో అన్నం పెట్టి, దానిమీద వేడివేడి పప్పు వేసి, నోరూరించే బంగాళదుంప ముక్కలు ఓ పక్కన వేసి, నీనాకి అందిచ్చింది అమ్మ.

ఓముద్ద నోట్లోపెట్టుకుని ఆ చెంచాతోనే చీకటి ఆకాశం కేసి చూబిస్తూ, ఒక పెద్ద నక్షత్రం బద్దలైనప్పుడు దానిదుమ్ము ఆకాశమంతా పరుచుకుంటుందని అమ్మమ్మ తనకి చెప్పిందని నీనా వాళ్ళమ్మకి వివరించింది. "ఈ నక్షత్రం తాలూకు దుమ్మునించే గ్రహాలు తయారవుతాయి.

"ఆ దుమ్మునించే మన శరీరాలు కూడా తయారయ్యాయిట. అది ఆకాశం నించి కిందకి మనవైపుకి ఇంకా అలా ప్రయాణం చేసి ఒస్తూవుంటుందంట. కాబట్టి అలాగే అమ్మమ్మ కూడా భూమినించి ఆకాశంకేసి వెళ్ళే తోవలో పైకి ఆ నక్షత్రాల దగ్గిరకి వెళ్ళిపోయుంటుంది. అమ్మమ్మకి ఇలాంటివన్నీ బాగా తెలుసు. తను చాలా తెలివైంది తెలుసా?" గొప్పగా చెప్పింది నీనా.

అవునన్నట్లు తలూపింది అమ్మ. ఆకాశంలో అప్పుడే బయటికొచ్చిన కొన్ని నక్షత్రాలని చూస్తూ ఉండిపోయింది. వాళ్ళింటి ఎదురుగుండా నీనా, మాంటీ ఆడుకునే పార్కులోని చెట్లు ఇప్పుడు నిశ్శబ్దంగా వున్నాయి. అగుపించని అమ్మమ్మ లాగా.

కానీ నీనాకి మాత్రం విచారంగానో, బాధగానో అనిపించలేదు. తనుతప్ప ఇంకెవ్వరూ లేనప్పుడు అమ్మమ్మ బంగాళదుంప ముక్కలు దోరగా వేయించుకుని తినడం గుర్తుకి తెచ్చుకుంది నీనా.

మునపటిలా బొద్దుగా, ముద్దుగావుండే అమ్మమ్మ తనకింక కనిపించదు గానీ కనీసం తను ఎక్కడికెళ్ళిందో ఇప్పుడు తెలిసింది.

ఎప్పుడైనా ఒక నక్షత్రం ఆకాశంలో బాగా ప్రకాశిస్తూ కనిపిస్తే కిటికీ దగ్గిరకెళ్ళి దానికేసి టార్చిలైటు వేస్తూ, "అమ్మమ్మా! ఎలావున్నావు? నిన్ను చూడాలనివుంది," అనొచ్చు . . . అప్పుడప్పుడు.